நங்கை விழிநீர்

நிலா

புக் பெஞ்சர்ஸ்

நங்கை விழிநீர்
ஆசிரியர் © நிலா

முதற்பதிப்பு 2021
பக்கங்கள் 70

Published by Book Benchers 2021

ISBN 978-93-5533-014-7

ThebookBenchers@gmail.com

Contact 9944992571

Affliated By
Aelay Publish
www.aelaypublish.com

நிலா

கவிதை தொகுப்பு

BOOK BENCHERS

வாசிபாளர்களுக்கு வணக்கம்,

"உங்கள் எழுத்துக்கள் உலகத்தோடு பேசட்டும்" வழங்கும்
நங்கை விழிநீர். இது ஒரு தொகுப்பு நூல், பல கவிஞர்களின்
கைவண்ணத்தில் மலர்ந்த கவிபூக்களை அழகே பறித்து
பூங்கொத்தாய் தொகுத்து வழங்கியுள்ளோம்.
நங்கை விழிநீர், இப்புத்தகம் பெண்களின் வாழ்வில் நிகழும்
சோகங்களையும், ஏற்படும் வலிகளையும், கடந்து வரும் முள்
பாதைகளையும் எடுத்துக்கூறும். வலிகளை உள்ளடக்கி
சொற்களால் அவற்றுக்கு உயிர் கொடுத்து, கவிதை
படைப்பாய் உங்களுக்கு விருந்தளிக்கும். கவிதைகள்
உணர்வுகளின் வெளிப்பாடாகும், அவை இன்பமாகவும்
இருக்கலாம், துன்பமாகவும் இருக்கலாம், வலியாகவும்
இருக்கலாம், வியப்பாகவும் இருக்கலாம். அந்த
உணர்வுகளை சரியான அளவில் எழுத்தாளர்களிடம் இருந்து
வாசகர்களுக்கு கொண்டு செல்வதே கவிதையின் கடமை
ஆகிறது. இப்புத்தகம் பெண்களின் கண்ணீரையும் அதன்
வலியையும் வாசகர்களுக்கு கொண்டு செல்லும் என
நம்புகிறேன்.

இப்புத்தகத்தில் என்னுடன் சேர்ந்து பயணித்த சக
எழுத்தாளர்களுக்கு எனது நன்றிகளும் வாழ்த்துகளும்.

நங்கை விழிநீர் புத்தகத்தின் தொகுப்பாளரின் பெயர், நிலா. இவர் மருந்தியல் படிக்கும் மாணவி. இவர் திருச்சியை சேர்ந்தவர். தற்போது கோவையில் மருந்தியல் பயில்கிறார். இவர் சிறுவயதில் தமிழின் மீது கொண்ட ஆர்வம், இன்று கவிதை எழுத வைத்துள்ளது. தமிழின் அழகாலும் அதில் புதைந்துள்ள அறிவாலும் ஈர்க்கப்பட்டு தமிழை நேசிக்கும் ஒரு தமிழ் பெண்ணாக தன்னை அறிமுகப் படுத்துவதில் கர்வம் கொள்பவர். இவர் 2 வருடங்களாக கவிதை எழுதுகிறார். இது அவர் தொகுக்கும் முதல் புத்தகம். பெண்மையின் வாழ்வில் எண்ணற்ற துயர்கள் அடங்கி இருக்கும், அதை கவிதை வடிவில் உணர்ச்சிகளை உள்ளடக்கி ஒரு படைப்பாக வெளிக்கொணர விரும்பி இந்த புத்தகத்தை தொகுத்துள்ளார். அந்த முயற்சியின் பயனே இந்த நூல். இது அவரது முதல் படியாக அமையும் என எண்ணுகிறேன்.

-நிலா
மருந்தியல் மாணவி
திருச்சி.

1.பெண்மையின் வலி

பெண் பிள்ளை நானும்
சிறகொடிந்த கிள்ளை!
கனவுகள் யாவும்
கலைந்தன இல்லை!
நினைவில் இங்கு
நிழலும் என்னை பிரிந்தது இன்று!

கனவுகள் பறித்து
கட்டிலிலே புதைத்து
தொட்டில் கட்ட சொல்லும் உலகம் மாறாது!

குயிலினை பிடித்து
கூண்டினில் அடைத்து
குறை சொல்லும்
உலகம் மறையாது!
என் பிறப்பின் காரணங்கள்
யார் இங்கு அறிவார்!
என் வாழ்வின் வலிகளை
யார் இங்கு புறிவார்!

ஏன் பெண்ணாய் பிறந்தேனோ!
இனியும் அழமாய் வாழ்வேனோ!

பாரதி கண்ட பெண்ணாய்
வாழ துடிக்குது நெஞ்சம்!
கனவுகளை எட்டி பிடிக்க
யாரிடம் கெஞ்சும்!

இனி எடுக்கும் பிறவியில்
ஆறறிவே வேண்டாம்!
ஆறறிவாயினும் பெண்ணினம்
மட்டும் வேண்டாம்!

மடியினில் தவழ்ந்து
கட்டிலில் பொறுத்து
தாய்மையில் பிறந்து
மண்ணடியில் உறங்கும்
வாழ்வு வேண்டாம்!

இலக்குகள் இங்கு
தாய்மையில் முடிய
கற்பனை எல்லாம்
கண்ணீரில் கரைய!

உயிரற்ற உடலாய்
திரியும் வாழ்வில்
கனவுகள் எதற்கு
கண்ணீரும் எதற்கு!

-நிலா

2. பாலியல் தீண்டல்கள்

தொடுதலும் தீண்டலும்
அழுத்தத்தின் அழுத்தமும்
நகங்களின் கீரலும்
அளவில்லா எரிச்சலும்
உடலினை பிண்டமாய் யான்எனை நினைக்கையில்
உணர்ச்சியின் உச்சத்தில் உரமிலார் தொடுகையில்
அச்சத்தின் காய்ச்சலில் மழலையாய் யான் ஏன்?
என்னயிது புரியுமுன் கலக்கமும் நுழைந்திட
காமுகர் காரியத்தை கடைகண்ணில் மறைத்திட
யாரென்னை நோக்காத அந்நொடிகளும் மனதிலே
புதுமையென
ஒருநாளில் புத்தியில் பதிந்திட
புதுமையல்ல பழமையே பழகவேண்டிய தில்லையே
நாளும் நடக்கின்ற நாடகம் என தெரிந்திட
உணர்ந்தது யாதெனில் களவிபாடம் வேண்டுமென
தீண்டலின் தன்மையும் தீங் கெதிர்க்கும்
வலிமையும் தீண்டுவோரை தீயிலிடும்
தீர்க்கமான உரத்தையும்
கூச்சமிதில் ஒன்றுமில்லை கூச்சலிடும் தன்மையும்
கொடுத்திட வேண்டுமென வளர்த்திட வேண்டுமென

-சேஷ்னா ஸ்ரீகாந்த்

3. பெண் சுதந்திரம்

கற்பணையை பறித்து கொண்டு கணவு காண சொன்னான்
வீட்டிற்குள் முடக்கிவிட்டு விளையாட்டில் சாதனை இல்லை
என்றான்
சமுதாயம் என்னும் கடிவாளம் கட்டி சுதந்திரம் என்றான்
கதவை திறந்து விட்டு வெளியேறுபவளை இரை என்றான்
கேட்டால் இது தான் பெண் சுதந்திரமாம்...

நொடி பொழுதும் அச்சமின்றி வாழ இயலாத சுதந்திரம்!
பிடித்த வேளையை மனநிறைவோடு செய்ய உதவாத
சுதந்திரம்!

தங்க கூண்டிற்குள் அடைபட்ட கிளியாய் அன்று!
திறந்த கூண்டில் வெறிபிடித்த மிருகங்களுக்கு நடுவில்
இன்று!
பெண் பிள்ளை எனில் செலவு என கள்ளிப் பால்
கொடுத்தான் அன்று!
பிறந்தவுடன் சீரளிக்கப்படுவாளாே என கொலை
செய்கிறான் இன்று!

என்ன முன்னேற்றம் பெண் விடுதலையில்!

அதை எண்ணி வியக்கிறேன்,
இத்தகைய சமுதாயத்தில் வாழ்வதை எண்ணி
தலைகுணிகிறேன்!

-நிலா

4. வற்றாத கண்ணீர்

கல்லிச் செடியில் பால் சுரக்க
அழுகுரலோடு பிறக்கும் பெண் மயிலே
உன் கண்ணீர் பேசுகிறேன்!
ஈகைபெற அம்மா தாயே என்கிறான் (காதல்)
பெற்ற பிறகு பிள்ளையையே தருகிறான்
பிள்ளைக்கு பெயர் சூடினான் கண்ணீர் என்று
பாரதி கண்ட புதுமை பெண்ணை தேடும் உலகம்
அறியுமோ அவள் கவிதை காகிததிலே கல்லறை யானது?
கரும்பு தின்ன கூலி கேட்பார்களா?
என்ற ஆணின் உலகிற்கு
கேட்கிறார்களே மணமேடையில்
என்றது பெண்ணின் கண்ணீர்
எண்ணை இல்லா விளக்காய் வாழ்கை வாடிட
வாடிய பயிரை கண்டபோதேல்லாம் வாடினேன்
என்று பாடிட கண்ணீர் மட்டுமே எம் வாழ்வில்
முத்தமிழே பைந்தமிழே செந்தமிழே காவேரி கோதாவரி
என்று ஆறுக்கு பெயர் சூட பெண்ணின்
கண்ணீர் போல் வற்றாதென நினைதாயோ?
இன்று நதிகள் வற்றியது நாளை எங்கள் கண்ணீரும்!

-கவிதை பேசுகிறேன்

5. கைம்பெண் மனவிண்பம்

சிலநேரம், சிலநேரம்
எனக்குள்ளே அழுகிறேன்!
எனக்குள்ளே சிரிக்கிறேன்!
யாரும் அறிவதில்லை!
தனிமை எனதானதே!
யாருமில்லா உலகில்!
கனவில் நிளும் பொழுதுகள்!
என்னை மறந்தேன்,
விழிக்கும் வரையில்!
கடிகாரம் முள்ளும் சுற்றாது நிற்க!
என் கதைகளும் உறங்கிறதே!
திறக்கபடாத மனசிறையின் உள்ளே
மீண்டும், மீண்டும் எனக்குள்ளே
தொடரும் வினா!
விடைகளை தேடிய தொடர்கின்றேன்!
என் துயரம் முடிவில்லாத வதை!

- எழில்ஜெய்

6. உருகும் பெண்ணுள்ளம்

பெண்ணிற்கு மனமுண்டு - அவளுக்கு
தனியே ஒரு குணமுண்டு
தூண்போல் தாங்கிடுவாள் - துன்பத்தில்
தம்மை மகிழ வைத்திடுவாள்

நேசித்த யாரையும் - பிறருக்கு
விட்டுக் கொடுக்க மறுத்திடுவாள்
பாசமுள்ள பூங்கொடி - பாச
பூக்கள் பூப்பூவாய் பூத்திடுவாள்

பேசாமலிருந்த தில்லை - அவளுக்கு
நெருங்கிய உறவுக்கு இடையே
வாசம் பண்ணுவாள் - பிறருக்கு
மோசம் ஒருபோதும் செய்ததில்லை

கண்கள் பூசல் தருமே - அன்பில்
பொங்கி வழியும்போது
வண்ண வான வில்லாய் - அவளின்
பேரன்பு வானத்தின் தூரமே

உருகும் அவளின் உள்ளம் - பட்டுப்
போன்ற மனமுடைய பைங்கிளி
கரையும் உயிர் என்றால் - அதுவே
மங்கையின் குறையா குணமே

-ஸ்ரீ நாத்

7. பெண் வன்கொடுமை

கனவுகள் பல கண்ட கண்கள்
கண்ணீரில் நிரம்பியது!
கற்பனைகள் அனைத்தும்
கண்ணீரில் கரைந்தது!

மலர் போன்ற மேனியோ
கசங்கி போனது!
கலக்கமில்லா உள்ளமோ
உணர்வின்றி தவித்தது!

உடலின் வலியோ
உயிர் தின்றது
மனதின் வலியோ
மலையாய் உயர்ந்தது!

செய்த பிழை என்னவோ
இத்தண்டனை ஏனோ?

தவறிழைக்கா இவளோ கறைபடிந்து
தனிமை சிறையில் முடங்க
நெறி தவறிய காழுகனோ சிறைவிடுத்து
வீதியில் சுற்றினான் சுதந்திரமாக!

நிலா

13

சாளரம் இல்லா அறையில்
முடங்கிய இவள்
சட்டத்தின் ஓட்டையில் கம்பீரமாய்
வெளியேறிய அவன்!
வாழ்க்கை விரக்தியில் இவள்
அடுத்த நங்கையின் தேடலில் அவன்!
இங்கு!
குருட்டு வேடத்தில் சமூகம்!

-நிலா

8. கண்டதும் காமம்

அவள் கண்களுக்கு அவன் உயிராக தெரிந்தான்
ஆனால்!
அவன் கண்களுக்கு அவள் வெரும் உடலாக தெரிந்தாள்
சந்திர வெளிச்சத்தில் சுந்தரியாய் இருந்தவளை
வஞ்சகன் ஒருவன் சூறையாட துணிந்தான்
நெஞ்சில் ஈரம் மில்லாத அவ்வஞ்சகனின் செயலினால்
அன்பு முகம் மாறாத அப்பெண்ணின் மனம்
சூழ்ந்தது இருளினால்
கற்பு எனும் பொக்கிஷத்தை
அத்துமீறி களைத்தவனோ
கேவல பிறப்பாய் இவ்வுலகில் பிறந்தவனே

-ஆ. ராகுல்தாஸ்

9. எதையும் தாங்கும் பெண்மை

பெண்ணாக பிறந்து
இழிவு வார்த்தை பல சேர்த்து
பருவம் என பல வலிகளை தாங்கி
ஆண்மைக்கு அடிமையாகி
தாய்மை தருணத்தில் தன் உடலை வருத்தி
ஈகை நேரத்தில் இறந்து பிழைத்து
தன் பச்சை உடம்பை பத்திரமாக பாதுகாத்து
தன் பசி அறியாமல் பலர் பசியாற்றி
பிறர் மகிழ்ச்சிக்கு தன் கஷ்டத்தை கொடுத்து
ஊதியம் இல்லாத உழைப்பை முழுமையாக செய்து
உடல் மெலிந்து அழுகிறாள்
பெண் ஒருத்தி விழிகளில் நீர் கூட வர வழியில்லாமல்!

-நாமக்கல் செந்தில்

10. பாவையின் வலி மொழி

மழலை பருவம் தாண்டி
மங்கை பருவத்தில் உணர்கிறாள்
வலியின் தொடக்கமாக உதிரத்தின் வலியை!
தன் கனவுகள் சிதைக்கப்பட்டு
மனவலியோடு திருமணம் என்னும் பந்தத்தில்
இணைகிறாள்
பெற்றோர்களின் விருப்பதற்காக!
கரம் பிடித்தவனின் ஆசைக்கு
தன்னை விருந்தாக்கி உடல் வலியை ஏற்கிறாள்!
திருமண உறவில் குழந்தை இல்லை என்று
மலடி பட்டத்தை படிக்காமலே சுற்றத்தாரால்
பெற்றுக்கொள்கிறாள்!
பின்பு கரு கொண்டு
பெண் பிள்ளையை பெற்றுரெடுத்ததால்
சாபத்தை பெற்றெடுத்தவள் என்று ஏசப்படுகிறாள்!

சமூகத்தின் மீது பயம் கொண்டு
தான் படும் துன்பங்களை
வலிகள் நிறைந்த மௌனத்தோடு கடந்து செல்கிறாள்!
அவளுக்கும் அவள் தனிமைக்கும்
அவள் இரவுக்கு மட்டும் புரியும் அவளின் அழு குரல்!

- ரேவதி பால்மாணிக்கம்

11. பெண்களின் அட்சயபிரசாதம்

பெண்களின் பிறப்பிலிருந்தே
அவர்களுக்கு கிடைத்த அட்சயபிரசாதம்!!!
பிறக்கும் பொழுது
நாம் ஒரு புது உலகிற்குள்
வெற்றிகரமாக அடியெடுத்து வைத்து விட்டோம்
என்பதன் உணர்வாக!
வளரும் பருவங்களில்
நம் உடன் பிறந்தோர்
நம்மை தான் முதல் குழந்தையாக வளர்ப்பர்
என்று எண்ணி ஏமார்ந்த அழகிய தருணங்களின்
பொழுதுகள் !
பள்ளிக்கு செல்லும் பொழுது
மற்றவர்கள் நம்மை பெற்றோரிடம் இருந்து பிரிப்பதாக
எண்ணிய தருணங்களின் பொழுதுகள்!
தொடக்கப்பள்ளிகளில் நாம் எடுக்கும் மதிப்பெண்ககளை கண்டு
தேர்வில் தேர்ச்சி பெறவில்லை
என்று தாமே நினைத்த தருணங்களின் பொழுதுகள் !
உயர் மற்றும் உயர்நிலை பள்ளியின் இறுதி நாட்களில்
நண்பர்களை பிரியும் தருணங்களின் பொழுது!!!
கல்லூரி காலங்களின் மலரும் காதல்
என்னும் அழகிய உலகம்
அவளுக்கு ஏமாற்றம் என்னும் பரிசை வழங்கும்
தருணங்களின் பொழுதுகள்!
அவள் ரசித்த காதல் என்னும் புது உலகை

அவளின் பெற்றோர் அவளுடன் ரசிக்க மறுத்த
தருணத்தின் பொழுதுகள்!
அந்த அழகிய
உலகினில் அவளுக்கு வரமாய் கிடைக்கும்
மற்றொரு பொக்கிஷம் அவளை ஏமாற்றிய
தருணங்களின் பொழுதுகள்!
என பெண் தன் பிரசவித்த தருணம் முதல் தான்
பிரசவிக்கும் தருணம் வரை பல்வகை கண்ணீர் துளிகளால்
ஆசிர்வதிக்க படுகிறாள்!

-ஈஸ்வரி

12. எது விடுதலை?

நம் சுதந்திர தின கொண்டாட்டம் -
பெண்களின் கண்ணீரோடு!

இது தான் விடுதலையோ?

நம் ஜெய்கிந்த் முழக்கம் - இந்த பெண் பிஞ்சுகளின்
கதறல்களுள் ஒடுங்கிவிடும் போலும்!

நம் தேசிய கொடி யின் செம்மை நம் பலத்தை குறிக்க தவறி,
பெண்களின் குருதி பெருக்கை குறிக்க துவங்கியதோ?

பெண்களின் சடலத்தின் மீது ஏறி தான் தேசிய கொடியை
ஏற்ற போகிறோமா?
ஏற்றிய கொடியில் இருந்து உதிர்வது -
மலர்களா? பெண்களின் உதிர துளிகளா?

இது தான் விடுதலையா?

விடுதலை கிடைத்து பல ஆண்டுகள் கழிந்தும்

பெண்களின் அச்சம் குறையயவில்லை!
பாதுகாப்பு கிடைக்கவில்லை!

இது தான் விடுதலையா?

பெண் விடுதலை அது என்றும் காணல் நீரே!
நம் நாட்டில்

கண்ணீரோடு அச்சமிகுந்த பேதைகளுள் ஒருத்தி!

-நிலா

13. கட்டாயக்கல்யாணம்

அதட்டல்களும் சில கட்டுப்பாடுகளிலும்
அனுதினம் என்னைநானே தேற்றிக்கொண்டேன்
அன்னையின் மகிழ்ச்சிக்காக மடிந்து
அன்பான பிதாவுக்காகவும் ஏற்றுக்கொண்டேன்!

குடும்பத்திற்கும் சிலர் கௌரவத்திற்கும்
கைகள் மாற்றிக்கொள்ளும் தாம்பூலத்திற்கும்
கடவுளுக்கு என்னையே சாட்சியாக
கண்மூடி தனக்குள்ளே ஏற்றுக்கொண்டேன்!

சமுதாயத்தின் தீய குரல்களையும்
சாதிகள் பேசிடும் நல்லுயிர்களையும்
சமரசத்தை முன்வந்து எடுத்துக்கொண்டேன்
சாயம் பூசிடாத பெண்ணாய் ஏற்றுக்கொண்டேன்!

உள்ளூற நேசித்த ஒருவனையும்
உள்ளறையில் கல்லறை செய்துவிட்டேன்
ஊருக்கே தெரியும் படி மணத்துக்கொண்டேன் ஊனை
விருந்து வைக்க ஏற்றுக்கொண்டேன்!

- ஸ்ரீ நாத்

14. தத்தளிக்கும் பெண்கள்

என்னை ஈன்றெடுத்த தாயின் அன்பும்
நெஞ்சில் சுமந்த தந்தையின் அன்பும்
இறுதி வரைக்கும் அழியாத அன்புகள்.

பெண்ணாய் பிறந்து பாடம் பல கற்றோம்
வீட்டிலுள்ள கட்பாடுகளும் ஊரிலுள்ள கட்டுபாடுகளும்
வாழ்வில் சுவாரசியங்களை அழிந்தன.

வீட்டில் பல அடிகள்
பேருந்தில் பல கொடுமைகள்
கணவனின் செயல்களில் குடும்பச் சுமைகள்
பெண்ணின் தலைகளிலே!
போராடும் போராட்டங்கள்
வாழ்வின் திண்டாட்டங்கள்
எண்ணற்ற துன்பங்கள்
அளவற்ற இழப்புகள் யாவும்
நிலவைப் போல முழுமையாய் அறிய முடியாத
பெண்களின் வலிகள் நிறைந்த
நதிகளாய் ஓடுவதில் மறைந்திற்கும் காணல் நீர்களே
பெண்ணின் வலிகள்.

-   ஹர்ஷினி. மு

15. பெண் தகை

கட்டழகு மேனி என கட்டிலுக்கு அழைக்கிறார்கள்!
பட்டு பூ மேனிதனை பாடாய் படுத்துகிறார்கள்!
கட்டியவன் கட்டளைக்கு அடிபணிய வைக்கிறார்கள்!
காதல் என்ற பெயரில் கலவி வலை விரிக்கிறார்கள்!
உதிரம் மறைத்த உடலை உற்று உற்று பார்க்கிறார்கள்!
அழகு என்பதனை அங்கங்களில் அடைக்கிறார்கள்!
அன்பு என்ற வார்த்தை அசிங்கமாய் போனது ". ஆசை
என்னும் வார்த்தை காட்டி அடிப்பணிய வைப்பதனால்!
மாதம் மூன்று நாள் மறைந்து வாழ் என்கிறார்கள்!
மலடி என்னும் பெயர் இட்டு முடம்மாக்கி பார்க்கிறார்கள்!
கட்டியவன் இறந்துவிட்டால் விதவை என அழைக்கிறார்கள்!
கரும்புகை கூட்டுக்குள் காலம் கடத்த வைக்கிறார்கள்!
நடைபோடும் பெண் தகை உன்னை பேதை என்கிறார்கள்!
ஓடு ஆடு பெண் தகை உன்னை பெதும்பை என்கிறார்கள்!
துடுக்கு பேச்சு பெண் தகை உன்னை மங்கை என்கிறார்கள்!
நீராடும் பெண் தகை உன்னை மடந்தை என்கிறார்கள்!
பெற்ற சுமை வழி அனுப்பி பெண் தகை உன்னை அரிவை
என்கிறார்கள்!
மார்பு சுமை ஈன்ற பெண் தகை உன்னை தெரிவை
என்கிறார்கள்!
வாழ்க்கை சுமை ஈன்ற பெண் தகை உன்னை பேரிளம்
பெண் என்கிறார்கள்!
கண்ணி என்று கூறி கட்டிப்போட்டு வைப்பார்கள்.நீ வெறும்
பெண் என்று ஏளனம் செய்வார்கள்.

கலங்காமல் கால்பதித்து வா!
பெண்மை என்றால் பெற்றெடுப்பது கிடையாது!
கற்றுக் கொடுப்பது! இதை கல்வியில் தேடாதே!
இந்த உலகில் சம உரிமை வேண்டி இரவில் கேட்காதே!
அது உன் அறியாமையை காட்டுகிறது ஏனென்றால்
பிறப்பிற்கும் எல்லா உயிருக்கும் பெண்ணே உன்
பெண்மையே முதல் புள்ளி ஆகிறது.

                        -சுயசிந்தனை கோமாளி

16. வேதனை கண்ணீர்

தொலைதூர தொழிற்சாலை யென்றாலும்,
தொடர் நடைபோட்டு தொலைவு கடந்து தொழில்செய்ய
சென்று ! நச்சுப்புகைகளோடு நாளும் உழைத்து!
இயந்திரங்களோடு வேலையென்பதால் இடைவிடாது
பணிசெய்து!
கூடுதல்நேர வேலையென்றாலும்
கூர்மையாக கொடுத்த வேலையை நிறைவுடன் செய்து
கொடுத்து!
கிடைத்த ஊதியத்தை வீட்டிற்கு கொண்டு வந்தால்,
உழைக்காமல் ஊரெல்லாம் சுற்றி!
பிள்ளையை படிக்க வைக்கும் எண்ணமில்லாது,
பிடித்தவர்களோடு குடிக்கச் சென்று,
குடும்பத்தை சீரழிக்கும் குடிகார கணவரை கண்டபோது
அப்பெண்ணின் கண்களில் வருகின்ற கண்ணீரானது
கடும் வேதனைக்குரியதாக இருக்கிறதே!

-நெல்லை சதிஸ்

17. கூண்டு கிளி

பிறந்தாள் பெண்ணாய்
வளர்ந்தாள் இளவரசியாய்
நினைத்ததை செய்யும் உரிமை இழந்து!

சிறகொடிந்த கிளியாய்
அரண்மனை தாண்டா தென்றலாய்!
மூங்கிலை தாண்டா கீதமாய்!
அறைக்கு ஒளி தரும் மின்மினியாய்!
கூண்டு கிளியாய் வாழ்வு நகரும்!

இளவரசியை மகாராணியாக்கிட
வந்தான் மணாளன்
வந்தவன் வரி கேட்டு வாயில் தாண்ட
பெற்றவன் இருந்ததை நீட்ட
போதா வரி கண்டு பெரும் கோபம் கொள்ள
கடன் பெற்று கடமையை செய்ய!

மகாராணி வேடமிட்ட அடிமையோடு
வீடு திரும்பினான் மன்னவன்!

கூண்டு மாறியது
வேடம் மாறியது
கிளியின் நிலை?

கூண்டு கிளியாக வாழ்வு நீளும்!

-நிலா

18. வலிகள் சொல்ல மறந்த பெண்மை

வலிகள் அதை வார்த்தைகளாய் சொல்ல மறுக்கின்றன...
மனதினில் இரணங்களாய் மாறி வதைக்கின்றதே!
உறவுகளாய் பழகியபின்,
என் முதுகினில் நீயும் குத்துகிறாய்!
மெய்யியலில் பார்வையிலே
பறவையாய் தோற்றத்தில் காட்டிட குடிசை மாறி
நடுநிசியில் வருகின்றாய்! ஏற்க்க மறுக்கும் உன்
சுயவிண்பம்,
கனவாய் இருந்திட எண்ணுகிறேன்!
துயிலும் விடியும் தருணம் உணர்கின்றேன்,
என் கண்களின் கண்ணீர் கசிந்தையை அறிகின்றேன்!
மீண்டும் மீண்டும் என்னை துரத்துகிறாய்!
என் ஐயம் உன்னால், பிறரை காணும் போதும் வருகின்றதே!
எந்தன் வலிகளை நீயும் அறிந்திடவே,
பெண்மை பிறவியாய் மீண்டும் ஜெனித்திடுவாய்!

-எழில்ஜெய்

19. கானலாகுமோ கண்ணீர்

பெண்ணவளுக்கு பழக்கப்பட்ட
பக்குவப்பட்ட ஒன்று தான்!
அழுகை முட்டிக் கொண்டு வரும் வேளையில்
உதட்டில் சிரிப்போடு திரிவதெல்லாம்!
அவளுக்குள் இருக்கும் அவள் அன்பிற்கு ஏங்கும் குழந்தை
ஏனோ இடையில் போட்டுக்கொள்கிறாள் பக்குவம் எனும்
முகமூடி!
எனினும் இருள் சூழ்வதெல்லாம் மழை
என்னும் வெளிச்சம் காணவே
துன்பம் அணைப்பதெல்லாம் நன்மை
எனும் விடுதலைக்காகவே என்ற துணிவோடு
மரணம் வரை பயணிக்கிறாள்!

-சரண்யா தேவி குமரவேல்

20. வீறுகொண்டு எழுந்திடு

பெண்ணினத்தின் கண்ணீரோ
தொற்று நோயாய் தோற்றிக் கொண்டதே!
பெண்மையின் ஒரு சொட்டு கண்ணீர் துளியிலோ
ஓராயிரம் கவலைகளும் கலந்திருக்குமே!
மாதத்திற்கு ஒருமுறையேனும்
வருகின்ற வலியும் உதிரமாய் உருகியே போகுமே!
முகத்திலே சிறு புன்னகை தவழ்ந்திடுமே!
ஆனால் மனதிலே ஆறா காயங்கள் வடுவாய் கிடக்குமே!
பள்ளி செல்லுகின்ற பிஞ்சுகளின் உள்ளத்திலே
கண்ணீர் திவலைகள் திரண்டு ஓடுகின்றதே!
நயவஞ்சகனின் கைகளில் சிக்கியதால்!
கண்ணீரை கடல் போல கொண்டவளே!
கண்ணீரும் கானல் நீராய் போகும் முன்பே
பொங்கியெழுந்திடு!
கவலைகளையும் கண்ணீரையும் வைத்து கொண்டு
பொசுங்கி விடாதே!
பூவினை போன்றவள் என்றே உன்னை நினைத்தவர்களை
பூகம்பமாய் தாக்கிடு!

-கு. ரமேஷ்குமார்

21. திருநங்கை

உடலால் ஓர் உயிராய் பிறந்தோம்
ஊக்கிகளால் இரு உணர்வு கொண்டோம்
நாங்களோ மூன்றாம் பாலினம்
திசைக்கு நால்வராய் எம்மை இகழ்ந்தீர்
ஐம்பொறிகளும் கூச எம்மை பழித்தீர்
நாங்களும் ஆறறிவு கொண்ட மனிதம் தான் என்பதையும்
மறந்தீர்
உலகில் ஏழு அதிசயங்கள் இருக்க
எட்டாம் அதிசயம் யாம் என்று பெருமை கொண்டோம்
எங்களுக்கு ஒன்பது என பெயர் சுட்டினீர்
பத்து விரல் சேர்த்து வணங்கி வேண்டுகுறோம்...
எங்களையும் வாழ விடுங்கள்!

நாங்களும் மனிதர்கள் தான்!
பெண்மையின் குணமும்
ஆண்மையின் வீரமும் கொண்ட மனிதம் தான்!

-நிலா

22. துருவ நட்சத்திரம்

சமத்துவம் பாரதநாட்டில் தலைவிரித்தாடும் பஞ்சம்!
சாதி வெறிபிடித்த சமூகம்
ஒற்றைப் பாலினத்தின் மேல் மொத்த
குற்றப்பத்திரிக்கையையும்
வாய் நோகாமல் வரிசைகட்டி வாசித்து விடும்!
சம்பிரதாயம் சடங்கு அவர்களுக்கு மூல பிரதானம்!
அதன் பெயரில் இவளை ஆட்டிப்படைப்பதில் ஓர் அலாதி
பிரியம்!
வாரிசுக்கு அவள் முக்கியம்! இது குடும்ப வாக்கு சத்தியம்!
கிழித்த கோட்டைத் தாண்டக்கூடாது!
வெட்டி நியாயம் பேசுவது தவறு!
அவள் பிடித்த வேலையை செய்வது தவறு!
குனிந்ததால் குனிய வேண்டும்!
நிமிர்ந்தால் நிமிர வேண்டும்!
குக்கர் விசில் விடும் சத்தம் கூட வெளியில் தெரியாமல்
அவள் ஆக்கி பொங்க வேண்டும்!
வீட்டு சத்தம் அக்கம்பக்கத்தினருக்கு தப்பித்தவறி கூட
தெரிந்துவிடக்கூடாது!
எத்தனை சண்டை வந்தாலும் சலித்துக்கொள்ளவேண்டும்!
குடும்ப மானம் கப்பல் ஏறாமல் குடும்பம் நடத்த வேண்டும்!
குடும்ப கௌரவத்திற்காக எதையும் செய்ய
துணியவேண்டும்!
ஆணவக்கொலையும் அதில் அடங்கும்!
அடித்தாலும், பிடித்தாலும் வீட்டு வாசப்படியை அவள்
தாண்டக்கூடாது!
அனைத்திலும் அதீத கவனம் வேண்டும் அது ஏன் இவளுக்கு
மட்டும்?
அடுத்தவன் சாப்பிட்ட எச்சில் தட்டை கழுவுவதுதான் அவள்
பிறப்பின் நோக்கமா?

பொட்டு, பூ வைக்கவில்லையென்றால் என்ன?
மஞ்சள் அரைத்து பூசவில்லையென்றால் என்ன?
சீமாட்டி போல் சீவி சிங்காரிக்கவில்லையென்றால் என்ன?
ஆடை, ஆபரணங்கள் அணியயவில்லையென்றால் என்ன?
அவள் அமங்கலி என்று ஆகிவிடுமா?
மன்னிக்கமுடியாத குற்றமா? கடவுளை
மதிக்கவில்லையென்றொரு அர்த்தமா?
வேலா வேலைக்கு வடித்துக்கொட்ட இடைவெளியில்லாமல்
சுற்ற,
அவள் என்ன நீங்கள் கடையில் வாங்கிய இயந்திரமா?
செவ்வாய், வெள்ளியானால் போதும் இவள்
சாப்பிடுவாளோ? இல்லையோ?
கண்டிப்பாக கோவிலுக்கு கும்பிடுதானம் போடவேண்டும்
என்ற கணக்கு இவள் தலையில்
எழுதப்பட்ட நெறிமுறைவழக்கா?
வியாழக்கிழமை வந்தால் போதும், இவள் பம்பரமாய் சுழல
வேண்டும்.
இல்லத்தில் இவள் ஒற்றை ஆளாக கூட, மாட ஒச்சாசைக்கு
ஆளும் இல்லாமல் பேருமில்லாமல் வீட்டை பெருக்கி, கூட்டி,
துடைத்து சுத்தம் செய்ய வேண்டியது, இவள்
தலையில் இக்கலாச்சார காவலர்கள் கிறுக்கிய
தலையெழுத்தோ?
இவ்வளவும், இவள் ஏன் செய்ய வேண்டும்?
ஏனென்றால், இவள் பெண். தீட்டன்று இவள்
தீண்டத்தகாதவள் முதல் தீட்டு வந்ததற்குக் ஊரைக்கூட்டி
பந்தி போடுவர்.
அடுத்த அடுத்த தீட்டு வந்தால் ஊருக்கு ஓரமாய்
ஒதுக்கிவைத்து வேடிக்கை மட்டும் நன்றாக பார்ப்பர்.
படித்தவர்கள் என்று வெளியில் சொல்லிவிடாதீர்கள், வெக்க
கேடு!
மூடநம்பிக்கைக்கும் ஓர் எல்லை உண்டு!
அதற்குள் இவள் மட்டும் வரையறுக்கப்படுவது ஏனோ?
இதை ஏனென்று தட்டிக்கேட்டால், படித்த தீமிரென்று
பேசுவர்.

உன்னைப் படிக்கவைத்ததே மாபெரும் குற்றம் என்று
ஏசுவர்.
தூற்றுவார் தூற்றட்டும்! ஏசுவார் சேட்டும்!
எதையும் கண்டும் காணாமலும் சென்று விடு!
பெண்ணே அடிமைச்சிறையில், நீ அடைக்கலம் காத்த
காலம்போதும்.
இது உன் கனவுக்கான நேரம் சிட்டாய் பறந்துவிடு சுதந்திர
பறவையாய்!
"மங்கையா ராகப் பிறப்பதற்கே - நல்ல மாதவஞ் செய்திட
வேண்டும், அம்மா"
படிக்க தேனாய் இனிக்கும்,
வாழ்ந்து பார்த்தால் தான் புரியும் அந்த மங்கையர்கரசி
படும் இன்னல்கள்.
பாரபட்சமில்லாமல் பழிவாங்க
பருந்தாய் காத்திருக்கின்றன பந்தயக்குதிரைகள்.
கேடில் விழுச்செல்வம் கல்வி ஒருவற்கு மாடல்ல
மற்றையவை
கேள்விப்பட்டதில்லை, பொன்னும் பொருளும் இன்று வரும்
நாளை போகும்.
கல்வி ஒன்றே உன்னைக்
கயவர்களிடம் காலத்திற்கும் காப்பாற்றும்.
உன் சுயத்தை இந்த சுயநலமான உலகில்
அடகுவைக்காதே!
சுகம் இழந்து காணப்படுவாய்!
மகப்பேறு உன் வாழ்வின் ஒரு அங்கம் தான்,
மறுக்கவில்லை!
கனவே உன் பிறப்பின் சாசனம் எழுதும்.
இதை என்றும் மறந்துவிடாதே!

- பா.கவுசிகா (பார்கவி)

23. வரதட்சணை

கண்ணியவள் கரை சேர
கட்டிவைக்க ஒருவனை தேட
கிடைத்தவனோ கள்வனாக
பெண்ணவள் வீட்டிலேயே கைவைக்கும் நிலையோ!

கட்டியவளை கண்களங்காது பார்க்க
கட்டணம் கேட்கும் கள்வனோ!

கல்விக்காக கடன் வாங்கிய தந்தை
திருமணத்துக்காக திருடும் நிலை கூடுமோ?

பெண்ணாய் பிறந்ததால்
பெரும் கடன் வாங்கி வைத்தேனோ!
கொத்தடிமையாக அவன் குடில் சேர
வரி செலுத்தும் அவலமோ?

அவன் வீட்டார்,

மனபந்தலில் அட்சதை தூவாது
வரதட்சணை கேட்பது முறையோ?
கரை சேராது கண்ணியாய்
வாழ்வது என்ன பிழையோ?

                                          -நிலா

24. *அவன்*(ள்)

அவளோ தறிக் கொண்டு நெய்து
வறுமையினைத் தன் தாங்கி
செக்கிழுத்துப் பசியினைப் போக்கி
கற்றூக்கி தொலைதூரம் தாண்டி
தாகம் தீர்த்து கதிர்வீச்சால் நொந்து
தம் மக்களை அடைக்காத்து கிடைக்கும்
வேலையினை நீண்ட இரவாய் ஆக்கி
மண் சுமந்து தன் பிள்ளையின்
ஒரு வேளைக் கஞ்சியினை சுமந்து
பசியுள்ள வாழ்வினை வியர்வைத் துளிகளால் தனித்து
மறுவேளை உணவிற்கு மண்டியிட்டு!
ஆனால் இவனோ, எப்போதும் நீரினால் சூழப்பட்டு
சேர்க்கையின் சூழ்ச்சியால் தரம் கேட்டு
தன் மனைவியும் மக்களையும் தவிக்க விட்டு
அரைஞாண் கட்சிக்குத் திக்குக்காடச் செய்து
புகையினால் அவர்களின் வாழ்வினையும் பொசுக்கி!
செய்வதறியாது அல்லல்பட்டு ஓய்ந்து
ஓடிய ஓடா கடிகாரமாய் காலத்தினை நகர்த்தி!

-ப. ஹரிணி

25. பாலியல் தீமை

பாரதி எழுத்துக்கள் பிழைக் கொண்டதே
பாரத நாட்டின் சுதந்திரம் அழிந்ததே
பாரதி தாசனின் கனவுகள் கலைந்ததே
பாவம் பதித்த மண்ணாய் ஆனதே

தீண்டலின் வன்மையும் தீரா காயமும்
தன்னிலை இழந்த மழலையின் மனமும்
புண்ணான யாக்கை நிலத்தில் சேர்ந்து
புதைந்து பழுதான பூமியை கண்டீரே

பகலும் இரவாகி இரவும் இருளாய்
பெண்குரல் கதறல் பீறிட்டு ஒளித்திருக்க
முகிலின்றி கார் வானம் போலின்று பாரி
மிருகங்கள் சூழ்ந்து இறைதேடி அலைந்திருக்க

புரியாத நேரங்களில் கண்ணீர் மட்டுமே
புரியாத தருணங்களில் வலிகள் மட்டுமே
விரிகின்ற மலரை தாக்குகின்ற தீமை
விதிகள் மாறி நீதிகள் கிடைத்திடாதா

நீக்க வேண்டும் பாலியல் வன்கொடுமை
நீக்கிட வேண்டும் இச்சை சொல்லை
காக்க வேண்டும் பெண்ணின் தாய்மையை
காரி உமிழ்ந்திட வேண்டும் தீய சக்தியை

-    ஸ்ரீநாத்

26.பெண்ணின் கதறல் சப்தம்!

கடுகளவு புன்னகையோ மழலையில்!
எங்களின் வாழ்வின் போராட்டமே பெரியதப்பா!
சமூகம் என்னும் சுழலில் சிக்கிக்கொண்டு
தத்தளிக்கும் தருணத்தில்
ஒருபுறம் மாதாந்திரவலி மறுபுறம் பிரசவ வலி
என்று எங்கள் வாழ்வை மாய்த்துக்கொள்ளும்
அடுப்பூதும் பெண்ணாக தருகுரோமப்பா!
அடுப்பங்கறையில் வாழ்ந்தபோது கூட
சாம்பலின் சூட்டில் எறிந்திருப்போமோ என்னவோ!
வீரமங்கையே என்று நீங்கள் தட்டிய சப்தத்தால் என்னவோ!
ஏதோ ஒரு நம்பிக்கையில் இவ்வுலகை எட்டிப்பார்த்தோம்!
ஆனால் இங்கு இரகம் தெறியாத சில மிருகங்களின்
பார்வை
சாம்பலின் சூட்டை விட அனலாய் எறிக்கிறதய்யா!
சில மிருகங்களின் செயல் பெண் இணத்தை
அழிக்கிறதய்யா!
பின்புதான் தெறிகிறது எங்களை அழிக்கவே நீங்கள்
அழைத்தீர்கள் என்று!
இவள் சோகத்தை கேட்டால் அந்த விழிநீர் கூட
வேதனைப்படுமைய்யா!

-தர்ஷினிசிறகுகள்

27. விட்டுகொடுத்தலின் வலி

செடியில் முளைத்த
மலரென வாழ்வு துவங்க
முற்களில் சிக்கிய
துணியாய் வாழ்வு நகரும்!

விட்டுக்கொடுத்து வாழ்வதே வாழ்வாம்!
விட்டுக்கொடுத்தல் என்னவோ பெண்மையின் அங்கமாம்!

மனம் வந்து விட்டுகொடுத்தாலும்
மனதில் புதைந்த வலியை யார் அறிவார்?
வாழ்வே விட்டுக்கொடுத்தலில் தவிக்க
என் வாழ்வை நான் என்று வாழ?

விரும்பிய கல்வியை
உடன்பிறந்தவனுக்காக
பிடித்த வேலையை
தாய்தந்தைக்காக
நேசித்த நாயகனை
சுற்றத்துகாக
கட்டாய கல்யாணம்
குடும்பத்திற்காக
கிடைத்த வேலையை
கரம்பிடித்தவனுக்காக
பத்துமாதம் சுமைதாங்கியாய்
தாய்மைக்காக

இடுப்பு வலி பொறுத்தேன்
பிள்ளைக்காக
ஊன் உருக உழைத்தேன்
குடும்பத்திற்காக

வாழ்வு முழுதும் விட்டுகொடுத்தேன்
என் வாழ்வை இழந்து!
நூல் பொம்மையாய் நாளும்
எவரோ ஒருவர் விருப்பத்திற்கு ஆடினேன்!
நூல் அறுக்கும் வாய்ப்பும் கிட்டவில்லை
வாழ்வும் மலரவில்லை!

என் வாழ்வை எவரோ வாழ
வெறும் நடைபிணமாய்!
பூமிக்கு பாரமாய்!

மனம் வந்து விட்டுகொடுத்தாலும்
மனதில் புதைந்த வலியை யார் அறிவார்?

-நிலா

28. விதவையின் விதி

பூவின் இதழாய் வந்தவளோ - இன்று
பூமியில் வெள்ளை காகிதமாய் ஆனவளே
காவிரி நதியாப் பாய்ந்தவளே - உப்புக்
கரிக்கும் கடலாய் நுரைகளுடன் கரைந்தாயே

மழையாய் பொழிந்த துளியே - கனலாய்
மணல் போல் பாலைவனம் போலானவளே
மழலை சிரிப்பில் மதிபோல் நீ - இரவு
மதியிழந்த நிலைமை நினது வாழ்வோ

பழுத்த மாம்பழமாய் இனித்தவளே - ஏனோ பழுதான
பாகற்காய்யாய் போனாயடி
பொழுது விடியலில் உதித்தவளே - ஏனோ
புவியில் பூசிய இருளாய் போனாயடி

செம்மை குங்குமமாய் வந்தனள் - மேனி
சுற்றி வெண்மை அணிந்து கொண்டாள்
கைம்பெண் பெயரை பெற்றுவிட்டாள் - இன்று
கைமீறிப் போகும் வாழ்வைப் பெறுவாளோ

பாவேந்தர் கனவு மெய்ப்படுமா - திராவிட
பாரில் இச்சொல் லகராதியில் நீங்குமா
பாவையின் வாழ்வு செழிக்குமா - இறைவா பாடுகிறேன்
செவிகேள் நீதி தருவாயா

-ஸ்ரீநாத்

29. வட்டத்தில் ஏது மூலை

குழந்தை பெற மறுப்பு சொல்லக் கூடாது
பெற்றாலும் அது பெண்ணாக இருக்கக் கூடாது
பெண்ணென்றால் அழகு கொஞ்சம் கூட குறையக் கூடாது
அழகென்றால் கருப்பாக இருக்கக் கூடாது
கருத்தாலும் கலையின்றி சிரிக்க கூடாது
என்னவானாலும் உடலில் ஊனம் கூடாது
படிப்பில் ஒருநாளும் பின் தங்கக் கூடாது
எவ்வளவு பிடித்தாலும் விளையாடக் கூடாது
வீட்டை கூட்டி எடுக்கத் தவறக் கூடாது
வீதியில் குடம் சுமக்க தயக்கம் கூடாது
பாத்திரம் கழுவ முணங்கக் கூடாது
ஆத்திரம் வந்தாலும் முறைக்கக் கூடாது
நீண்ட முடியை குறைக்கக் கூடாது
பின்னாமல் கூந்தலை விரிக்கக் கூடாது
சத்தமாய் பேசி சிரிக்கக் கூடாது
கண்டபடி யாரோடும் கதை அடிக்கக் கூடாது
சுற்றுலா செல்ல அடம்பிடிக்கக் கூடாது
சகஜமாய் தோழனோடு படம் பிடிக்கக் கூடாது
விரும்பிய படிப்பை படிக்கக் கூடாது
படித்தாலும் உள்ளூரை தாண்டக் கூடாது
காதல் என்ற பெயரில் கெட்டுப் போகக் கூடாது
பார்த்து வைக்கும் வரனை தட்டிக்கழிக்க கூடாது
புகுந்த வீட்டில் வேலை செய்ய முகம் சுளிக்கக் கூடாது
லட்சியம் என்றெல்லாம் காலம் கழிக்கக் கூடாது
குழந்தை பெற மறுப்பு சொல்லக் கூடாது
ஐயோ மீண்டும் ஒரு நித்திய தொடக்கம்
அவ்வளவுதான் பெண்ணின் வாழ்க்கை வட்டம்
இந்த வட்டத்தில் ஏது நல்லதொரு மூலை
நிம்மதியாய் அமர்ந்து நங்கை அவள் அழுக!

-உடுமலை பார்த்திபன்

30. மணமாலை

வாரந்தோறும் ஒவ்வொரு பட்டுப் புடவையாய்
மாற்றி மாற்றி உடுத்த வேண்டியதாயிருக்கும்!
அவசர அவசரமாய வீடே பரபரப்பாய் அமர்க்களமாகிப்
போகும்!
ஆளாளுக்கு அங்குமிங்கும் பம்பரமாய் சுழன்று
கொண்டிருப்பார்கள்!
அதிரசமா? முறுக்கா?
பஜ்ஜியா? காரச் சேவா?
என பல கலந்துரையாடல்களுக்குப் பின்
எண்ணெய் சட்டியை
ஏதோவொரு பதார்த்தம்
பதம் பார்த்துக் கொண்டிருக்கும்!

இதெல்லாம் போதாதென
அண்ணனோ தம்பியோ
அவசர அவசரமாய் சென்று ஏதாவதொரு குளிர்பானத்தை
வாங்கி வந்து எங்கள் வீட்டு குளிர்சாதனப் பெட்டியை
நிரப்பியிருப்பார்கள்!
சித்தியோ பெரியம்மாவோ
என ஒரு பக்கம் மல்லிகை அரும்பை
விரைவாய் தொடுத்துக் கொண்டிருப்பார்கள்!
தங்கையின் கைவண்ணத்தில்
அழகிய கோலம் முற்றத்தை அலங்கரித்திருக்கும்!

அப்பாவுக்கு அரை நொடிக்கொருதரம்
அலைபேசி அழைப்பு மணி
ஒலித்துக் கொண்டே இருக்கும்!
வந்து விட்டார்கள்!
வந்து விட்டார்கள்!
என்று கவனிப்பு
தடபுடலாய் நடக்கும்!

பலப்பல மெனக்கெடல்கள்
காத்துக் கிடக்கும்!
தாம்பூலத்தில்
தேநீரோ குளிர்பானமோ
என் கைகளில் கொடுக்கப்பட்டு
அனைவருக்கும் பகிரப்பட்டிருக்கும்!

என்னைப் பற்றி
சொல்ல வேண்டுமானால்!
அடிக்கும் நிறமல்ல!
அளவான நிறம்!
எடுப்பான மூக்கு!
பருமனோ ஒல்லியோ என்றில்லாமல்
வண்ணமான தேகம்!
இருப்பினும் எதற்கு இந்தத் திருமண தாமதம்?
என்ற கேள்விக்கு
ஐம்பது சவரன்
பற்றாக்குறையே
அவ்விடத்தை விடையாய் நிரப்புகிறது!

முறுக்குப் பிழியவோ
அதிரசம் தட்டவோ
அம்மா சளைத்துப் போகிறாளோ
என்னவோ?

பட்டு உடுத்தி! பட்டு உடுத்தி!
பட்டுப் போகின்றேன் நான்!
வந்தவர்களுக்கு
பலகாரமோ பானகரமோ
பிடித்துப் போகிறது!
என்னைத் தவிர!

இப்பொழுதெல்லாம் பலகாரம் செய்யவே
தெம்பில்லாமல் போய் விட்டாள் அம்மா!

அப்பாவோ! விட்டத்தை நோக்கியபடி
சாய்வு நாற்காலியில்!
அண்ணன் தம்பியோ
அவனவன் குழந்தை குட்டிகளோடு!
எத்தனையோ இரவுப் பொழுதுகளைத்
தனிமையிலே கழித்து விட்டேன்
நான்!

மணப்பந்தல் காணவில்லை!
மலர்மாலை அணியவில்லை!
உச்சியில் குங்குமம் வைக்கவில்லை!
முகத்தில் மஞ்சளும் பூசவில்லை!
திருமாங்கல்யம் மிடற்றில் ஏறவில்லை!
தந்தையும் கரம் பிடித்துக் கொடுக்கவில்லை!
கைத்தலமும் பற்றவில்லை!
அருந்ததியும் பார்க்கவில்லை!
மெட்டி ஒலி கேட்கவில்லை!
கன்னி கழியவில்லை!
கர்ப்பம் தரிக்கவில்லை!

எல்லாம் என்று நடக்கும்
என்ற ஏக்கத்திலே
காலாவதியாகிப் போனேன்!
நரை முடித்தேன்!
கண்ணீரில் மூழ்கிப் போனேன்!
முதன்முதலாய் எந்தன் கழுத்தையும் மாலை அலங்கரித்த
பூரிப்பில்
சுமங்கலியாய் சுடுகாடு அடைந்தேன்!

முனைவர் மு. துர்கா தேவி

31. கைம்பெண்

பெண்ணாய் பிறந்த நாள் தொட்டு
அன்னையின் கையால் இட்ட திலகம்
கைப்பற்றியவன் சரிய
கண்ணீரில் கறையுதே!

பெண்ணென பெருமை கொண்டு
சூடிய வாசனை மலர்கள்
நாயகன் நீங்கிட
கூந்தல் பிரியுதே!

வண்ணத்தில் திலைத்து வண்ண பட்டுடுத்தி
வண்ணத்துப்பூச்சியாய் திரிந்தவளை !
வெள்ளை உடுத்தி
மூளையில் இருத்திய சோகமா!

மங்கை எனில் மங்கலம் என்றார்
மாங்கல்யம் பறித்து அமங்கலம் என்றார்
எழிலாய் இருந்தால்
எருமையும் திரும்பி பார்க்கும்
கலையிழந்து கவலையில்
திலை என்றார்

முல்லை படுக்கை எதற்கு
முற்படுகையில் கிட!
புன்னகை இன்றி
கண்ணீரில் நீந்து!
வாழ்க்கை முடிந்தது
அக்னியில் குளி!

இல்லையேல்!

முள் தொட்டியில் கண்ணீர் நிரப்பி
நீந்தியே உயிர் பிரி!
இதுவே உன் விதி!

-நிலா

32. மாதவிலக்கு

சில நாட்களுக்கு மட்டுமவள்
பூஜை அறையியிருந்து
தூரமே நிற்பாள்

மற்றவர்களில் இருந்து
கொஞ்சம் தள்ளி
ஒதுங்கி இருப்பாள்

கோவிலுக்கு போக
இவளுக்கு தடயாம்
இரவு நிலவு போல்
தனிமையில் படுப்பாள்

இந்த நாட்களில் மட்டும் அவள்
சுதந்திரம் இன்றி தவிப்பாள்

பலரும் அறியாத
வலிகள் காண்பாள்
இவளால் வேலை

செய்ய முடியாததால்
கோபித்துக் கொள்வார்கள்
வீட்டின் ஒரு மூலையில் கிடப்பாள்

வாடிய மலரின்
முகமாய் தெரிவாள்
தீட்டென்று அவளை
சொல்வார்கள்

எதையும் தொட
விடாமல் எச்சரித்தே
அவளை வைத்திருப்பார்கள்

பூஜையறையில் இருக்கும்
பல பெண் தெய்வத்திற்கும்
மாத பூபின் உண்டென்று மறந்து!

-ஸ்ரீ நாத்

33. சுதந்திர பெண்

இரவின் இருளை குடித்து
இணைபிரியா தோழியுடன்
இல்லத்தில் அனுமதி பெற்று
இடைவெளி இல்லா சாலையில்
இளைஞர்களுக்கு இடையில்
இமைக்கும் நொடி கூட பயமின்றி
இன்னல் ஏதும் உணராது
இடைமரிக்கும் அச்சம் இன்றி
இச்சைக்கு விருந்தாகும் பயமுமின்றி
இந்திய சாலையில்
இரவின் மடியில் உலா வருகையில்!
தேசிய கீதம் கேட்டு கண் விழித்தேன்
கண்டது வெறும் கனவென்று!

-நிலா

34. நவீன பெண்கள்

அதிகாலை சூரியன் உதிக்கும் முன்
அடுக்களைக்குள் விரைந்திடும் கால்கள்
பம்பரமாய் சுழன்று அலுவலகத்தை நோக்கி
பாவையின் பயணம் தொடரும்

தலை நிமிர்ந்து நடக்கையில்
தெருவெங்கும் வீசப்படும் வார்த்தை அம்புகள்
இலவச இணைப்பாக வந்து சேரும்
அகந்தை என்ற பட்டமும்

பேருந்தின் நெரிசலில் இவள்
பெண்மையும் சேர்ந்து கசங்கியது
சாதிக்க துடிக்கும் மனது
சாக்கடை கரையை துடைத்துவிட்டு நகரும்

ஊதியமும் உயர்வதில்லை
உரசல்களும் குறைவதில்லை
ஞாயிற்றுக்கிழமையும் ஓய்வுக்கு இடமில்லை
சூழ்நிலை காரணமாக சுமையும் சுகமாகும்

நிலா

குடும்ப கவலை மறக்க
குடித்துவிட்டு வீடு திரும்பும் கணவன்
கனவுகள் ஆயிரம் கொண்டு
வாசலில் காத்திருக்கும் பிள்ளைகள்

அலுப்புகளை மறைத்து
ஆசைகளை துறந்து
அடுக்களைக்குள் நுழைந்து
இரவு விருந்தை சமைத்து
இனிதாய் பரிமாறும்
இவள் இறைவி!

✍ நந்தினி

35. மழலை திருமணம்

விளையாடி விளையாடி
களைத்துப்போன அவளுக்கு
இன்று வாழ்வோடு
விளையாடப் போகிறாள்

சிரித்து சிரித்து
மகிழ்ந்த அவளுக்கு
இன்று ஒருவனுடன்
அழுக போகிறாள்

வாலிப வானத்தில்
பறக்க மறந்து
இன்று கூண்டுக் கிளியாக
வாழ்ந்திட போகிறாள்

வாசனை அரும்பாக
இருந்த அவளுக்கு
இன்று மாலை கட்டும்
நாரில் சேரப்போகிறாள்

செம்மை பதித்த
இவளது பாதத்திற்கு
இன்று பொருந்தாத
அணிகலனணியப் போகிறாள்

மென்மை மூகிலாக
ஜொலித்த கழுத்துக்கு
இன்று பொன்களை
சுமக்கப் போகிறாள்

பழுக்காத கனியாக
இருந்த அவளுக்கு
இன்று அவளுண்ணும்
உணவை பகிர போகிறாள்

யார் யார் என்றறியாத
தன் சொந்தத்தில் இருந்து
இன்று வேறொரு சொந்தத்தில்
அறிமுகமாக போகிறாள்

அவளோட கூந்தல்
சுவாசித்த பூ மணமோடு
இன்று குங்குமத்தின்
வாடையும் சுவாசிக்கிறது

மங்கையின் மணமும்
அவள் சேகரித்த ஆசைகளும்
இன்று கண்ணீராய்
மறைந்து போகிறது

- ஸ்ரீநாத்

36. வலியும், அவளும்

மலராய் பிறந்தாள்,
நிலவாய் வளர்ந்தாள்,
பெண் என்ற ஒரே காரணத்தினால்,
அவள் மனதை மறந்து,
அவளின் உடலை மட்டும் நாடுகிறது,
இந்த இழிவான சமூகம்,
பெணை பூட்டு வைத்து,
மழலை ஈன்றெடுக்கும் வரை,
அவளை உடலாலும்,
மனதாலும்,
தினம் தினம் கொலை செய்கிறது,
இந்த சமுதாயம்,
அவளின் கனவையும்,
அவளின் ஆசையையும்,
மதிப்பதில்லை,
மாறாக காலில் போட்டு மிதிக்கின்றது.
கல்வியை பறித்து,
சமையல் அறையில் அடைத்து,
திருமணம் என்ற விளக்கினால்,
அவள் வாழ்க்கை சிறைபிடிக்கிறது.
போதாதென்று இரக்கமே இல்லாமல், தண்டிக்கிறது வாழ்
நாள் முழுவதும்.
வலியும், அவளும் வேறில்லை,
இரண்டு ஒன்று தான்.

- லோ. சந்தியா

37. மாதவிடாய் வலி

பெண்ணாய் பிறந்தவள் தானோ
பெரும்பாடு பெற்றவள் தானோ
வலி தாங்கி வலிமை ஆனவளோ
பிரசவ வலி தாங்க
மாத வலியால் பழகியவளோ
உச்சந்தலையில் இடி இறங்க
அடி வயிற்றில் தசைகள் இறுக்க
முதுகெலும்பு முருக்காய் நொறுங்க
இடுப்பு வலி ஆட்டி வைக்க
மாதத்தில் ஐந்து நாட்கள் பாடாய் படுத்த
எண்ண அலையோ எண்ணிக்கை இன்றி பாய!
ஏன் பெண்ணாய் பிறந்தேன் ? என எண்ணியே வாழ்க்கை
நகர!
மாதந்தோறும் அமாவாசை காணும் நிலவாய் பெண்ணும்!

- நிலா

38. அனல்நதி

பண்பாடென்றார் முன்னோர்கள் எல்லாம்
அடங்கி ஓடுங்கி இருத்தலே
பெண்மைக்கு அழகென்று
அன்றே பறிக்கப்பட்டு விட்டது
அவள் அடையாளம்..

எவரேனும் நினைத்ததுண்டா
அவளின் பார்வையில் உறைந்த ஏக்கங்களை..?

அடக்கப்பட்டாள்
ஆணாதிக்கம் எனும்
இடர்களுக்கு..
ஈர்க்கப்பட்டாள் அடுப்படிக்கு..
உருகினாள் உதிரத்தால்..
ஊன் உயிரை குடும்பத்திற்கும்
எடுபிடியாய்
ஏட்டுப்படிப்பிற்கும்..
ஐயம் கொண்டாள்
ஒடுக்கும் சமூகத்திற்கு..
ஓங்க வேண்டும் அவள் பெருமை
ஔடதமாய் அவள் வலிகளுக்கு..

ஆம்.!
நங்கையென்பவள்
நகைப்பல்ல அவள் ஓர் அரிய
நகை ஆவாள் இவ்வுலகிற்கு..
நங்கையைப் படைத்ததால்
பெருமை கொள்வான் இறைவனும்..
அவள் அருமை புரிந்தவர் மட்டுமே
மானிடர் என்பேன்..

நிலா

57

நங்கையெனும் பெருமை கொண்டாள்
அவள் பிறப்பால்
ஆனால்
வருத்தப்படுகிறாள் ரணமாய்
ஒவ்வொரு நாளும்..!

இனியாவது தீரட்டும்
அந்த
அனல்நதியின் தாகம்..
ஓங்கட்டும் பெண்மை
தன்னிகரில்லா திறமைகளால்..

இது கட்டளையல்ல!

ஓர் அனல்நதியின் பிரார்த்தனை.

- கேசவர்த்தினி கலைச்செல்வி

39. இலக்கில் தோல்வி

வெண்ணிலவை இலக்காய் வை
விண்மீனை ஏனும் அடையலாம்

ஆனால்!
கண்களை கட்டிவிட்டு
இலக்கை இங்கு குறி வைக்க
கடிவாளம் இட்டு வாழ்க்கை பயணத்தில்
ஓடும் குதிரை இவள்
இலக்கை குறி வத்தாலும் அடையும்
பாக்கியம் கிடைப்பதில்லை!

உலகமே அன்னைமடி
வானமே எல்லை
சொல்லுக்கு அழகு
செயலுக்கு இழுக்கு!

சிலந்தி வலையில்
சிக்கிய சிறு பூச்சியாய்
வாழ்க்கையில் சிக்கியவள்
இலக்கை தேடி ஓடுதல் இயலாது!

புழுவாய் பிறந்திருந்தால்
வண்ணத்து பூச்சியாய்
கூட்டை உடைத்து பறக்கலாம்

பாவம்!
பெண்ணாய் பிறந்துவிட்டாள்!

- நிலா

40. கண்ணீர் பேசும் காவியம்

பெண்
அடுப்பங்கரையில் கிடக்கும்
அடிமை இல்லை
ஆண்களின் அதட்டலுக்கும்
மிரட்டலுக்கும் அடங்கி கிடந்து
துன்பமெனும் துக்கத்தில்
துயரங்களை அனுபவித்தாய்
பெண்களுக்கு எதிராய் நடக்கும்
வன்கொடுமைகள்
சுதந்திர இந்தியாவில்
சுதந்திரம் இல்லாமல் தவிக்கும்
பெண்ணாய்!
மனித உருவில் அரக்கன் வாழும் பூமியில்
மகளிருக்கு மதிப்பு இல்லை
பெண்டீருக்கு பெருமையும் இல்லை
நாளும் ஒரு அச்சம்
மனதில் ஆழப்பாய்கிறது
புரிதல் இல்லாத புதல்வர்களும்
கடமை இல்லாத கணவனும்
நங்கை மனதை வாட்டுகிறது
மங்கையாய் பிறந்திட
மாதவம் செய்திட வேண்டும்
மங்கையாய் பிறந்து
மாபெரும் பாவம் அனுபவிக்கின்றாள்
மனதின் ஆசைகளைத் துறந்து
கைபிடித்த கணவனுக்காக வாழ்கிறாள்

அச்சம் என்னும் வாழ்க்கையில்
கண்ணீர் கடலை கடக்க முயல்கிறாள்
என்னைச் சுற்றி ஆயிரம் உறவுகள் இருப்பதை விட
என்னையும் என் உணர்வுகளையும்
மதிக்கும் ஒரு உறவு இருந்தாலும் போதும்
நிம்மதியான வாழ்க்கைக்காக
அலைந்து திரியும் ஆன்மாவின்
மறு உருவம் நங்கை!

 கு.கவிப்பிரியா

41. பூவும் பூவையும்

அரும்பியது அன்று
ஒரு பேதை;
பொட்டப்பிள்ளையா? என்றே
வந்தது பதிலே!
பொன்குழந்தை அதுவே
என்றே அறியாமலே!

முகையாய் மொழிந்தாள்
பெதும்பை....
பெண்பிள்ளை இரு உள்ளே!
என்றே சிணுசிணுத்தனர் சிறுமியிடமே!
பால்வயதிலும் பல கட்டுப்பாடுகள்
அவளுக்கே!

மொட்டாய் மலர்ந்தாள்
இந்த மங்கை...
பருவ வயது அன்று
பரிதவித்தாளே வீட்டினுள்ளே!

மலரானால் மடந்தை அவள்,
மணமாலை சூட்ட
தயாரானாளே;
மறுவீட்டிற்கு மனதை மாற்றினாளே!
நாற்றும் நகர்ந்ததே;
ஏற்றுக்கொண்டாள் அவளே,
எல்லாவற்றையுமே...

அரிவை அவள்
ஆனாள் அலராய்;
பெற்றாலே பெண்மையின்
சிறப்பை!

தாய்மையின் மகத்துவம்
தனிச்சிறப்பே!
மரண படி மிதித்து
மறுபடியும் வந்தாளே மகாலட்சுமியாய்!

பாரபட்ச அன்பு
பரிதவிக்க வைக்கிறது
பல நேரங்களில்!
சுயநல அன்பு சுருக்குகிறது
சின்ன மனதை!

தெரிவையாய்
தெறிக்கவிட்டாள்,
கற்பனைகளை!
கனவுகள் கானல்நீரில் கரைந்தனவே...
சிலரே கண்டனரே முத்துக்களையே!

ஒருகாலம்
மலர்ந்த சருகாய் மாறினாளே!
இருந்தும் மாறவில்லை
அவள் நிலையே!
விழிகள் முழுதும்
நிறைந்தனவே வெந்நீரே!

வருத்தங்களே
வாழ்க்கை ஆகிப் போனதோ!

முரண்பட்ட வாழ்க்கையில்
முறையோடு வாழ்ந்தாளே!
முக்காலமும் தலைவணங்கும்
உந்தன் தியாகத்திற்கே!

-மஞ்சு. கி

42. குருதி துடிக்க

காவியமாய் கண்டெடுத்த உன்னை
அரைகுறை ஞானம் இல்லா
இச்சமுதாயம் அழுத்தியதேனடி?

"மங்கையராய் பிறப்பதற்கே நல்
மாதவம் செய்திடல் வேண்டும்" என்ற
சொல்லுக்கு உரியவளே உன்னை
உயிரென மதிப்பதற்கு யோசிப்பதேனடி?

தாய் தமக்கை தங்கை தாரம்
என வாழும் உன்னை இச்சை என்ற ஒன்றில் அடக்க
நினைப்பதேனடி?

வயிறு வலித்து, குருதி சுரந்து
பூப்பெய்த நாள் முதல் உன் கனவுகளுக்கு
கடிவாளமமிட்டதேனடி?

சுதந்திரத்தை சுருக்கி வேண்டி
விரும்பியதை வேண்டாமென தடுத்து
நிறுத்தியதேனடி?

வாழ்க்கை என்ற வட்டத்தில்
உன்னை அரை முழ கையிறிட்டு
அடக்கி வைப்பதேனடி?

சுமைதாங்கி பத்து கால மாதம்
ஈன்றெடுத்த மகப்பேறு வலியை
இவ்வுலகம் மறப்பதேனடி?

ஆறிலிருந்து அறுபது என்ற எண்ணமில்லாமல்
தன்னிச்சைக்கு உன்னையே பசியாற்றியதேனடி?

சமுதாயம் உன்னை இகழும் போதெல்லாம்,
எழுந்து வாடி,
உன் குருதி துடிக்க!

-இந்திரலட்சுமி. இ

43. கணவனை இழந்த பெண்ணின் குமுறல்

வேல் விழியால் சிந்தாத கண்ணீரைச் சிந்திச் சந்திக்கு வந்து
விழுந்து அழுது! கண்ணீர் கடலில் மூழ்கினாள்!
இதுதான் விதியா?
இதுதான் பெண்ணின் வாழ்க்கையா?
மகிழ்வோடு இருந்த மண வாழ்வில்;
துயரோடு கூடிய துக்கம் ஏனோ?
பூவும் பொட்டுமாய் இருந்த பெண்;
இன்று,
பூவும் இன்றிச் பொட்டும் இன்றி உதிரும் கண்ணீருடன்
இருப்பதேனோ?
அன்று மற்ற கண்களுக்கு புண்ணியம் செய்தவளாக
தெரிந்தாள்!
இன்றோ!
பாவம் செய்தவளாக பாவிக்கபடுவதேனோ?
இதுதான் தங்கையின் வாழ்வா?
இதுவா நங்கையின் வாழ்க்கை?
இது தான் விதியின் விளையாட்டோ?
கணவனை இழந்த பெண்ணின் நிலை இதுதானோ?
அவனோ, அவளை தனிமையில் விட்டுச் செல்ல;
அவளோ,
விரித்த கருங்குழலால்; வேர்த்து வழியும் வியர்வை
துளியுடனும்; பொழிவை இழந்த சோகத்தை கொண்ட
முகமும்; புழுதி படிந்த மேனியுமாய்; கண்ணீர்த் துளியில்
நனைந்தும்;
கதறும் அவலம் ஏனோ?
பெண்ணின் குமுறலுக்கு தீர்வே இல்லையா?!

- வே.கனிமொழி

44. வலியின்றி வழியாது விழிநீர்

முதலைக்கண்ணீர் எனமதிலுக்கு வெளியே புரளி - நாலு
சுவற்றுக்குள் ஓயாது
மனயுத்த விறலி!

இதனால்தானோ பலருக்கு
விடுதலைதருது அரலி - மானிடர்
பொறுமையை மனதில்வைத்து
உணரணும் பெண்ணின்வலி!

முகாந்திரம் மிதலரிந்து
பின்சுமத்து பழிநீ - காரணமின்றி
என்றுமே கசியாது
பெண்ணவளின் விழிநீர்!

- சந்தியா முரளிதரன்

45. நிலவிடம் பேசும் பெண்

தன்னிலை மறந்து நடக்கிறாள்
துன்பத்தை மறந்து சிரிக்கிறாள்
இன்னல்களை கடந்து செல்ல
இவளும் முயற்சி செய்கிறாள்

உறவு உயிர் கொடுத்த இடத்தில்
உயிரோடு உயிரின்றி இருக்கிறாள்
பிறரிருந்தும் இல்லாத உணர்ச்சியில்
புலம்பிய மொழியில் கதைக்கிறாள்

இளமை தாண்டி போனாலும்
இவளுக்கு மழலையின் குணமே
அளவில்லா மகிழ்ச்சியை சேர்த்து
அலைகடலை செய்து கொண்டிருக்கிறாள்

கடவுளின் பிள்ளையாக பிறந்து
கனவுகள் இன்றி புவியில் உதித்து
கடவுளாய் நிலவிடம் பேசுகிறாள்
கனமான மனமோடு மாற்றுத்திறனாளிதயாய்

-ஸ்ரீநாத்

46. முதுமையின் தனிமை

ஊரோரம் ஒலை குடிசை
குடிசைக்குள்ள கிழிஞ்ச சேலை
சேலை போர்த்திய ஒரு கூடு
கூட்டுல ஓடும் கிழட்டு உசுரு
உசுருக்கு உறவு ஏதுமில்லை
இருந்த உறவும் கூட இல்லை
தடுக்கி விழுந்தால் தூக்க நாதியில்லை
துணைக்கு நாயை தவிர யாரும் இல்லை
உலக வரைபடம் காட்டும் இவள் சேலை ஓட்டை
இவள் களைத்ததில்லை ஒரு குருவி கூட்டை
நரைத்த முடி சொல்லும் இவள் வெள்ளை மனதை
உடம்புல தான் இரத்தம் சுண்டிபோச்சு
துப்புன வெத்தலை எச்சி எல்லாம் ஓவியமாச்சு
ஓடுன நதியா இருந்த வாழ்க்கை
வத்துன குளமா மாறிப்போச்சு
செழிச்சு இருந்த உறவு எல்லாம்
பொழப்ப தேடி ஓடி போச்சு
சிரிச்சு பேசுனா வாய் ஒடுங்கி போச்சு
பேச கூட நாதியத்து போச்சு
தண்டட்டி போட்ட காது வெறிச்சோடி கிடக்கு
ஒத்த குரல் கேக்க தவிச்சு போயிருக்கு
தண்ணிக்குடம் தூக்கி நாளாச்சு
காத்த குடிச்சு காலம் போச்சு
உசுர குடிக்கும் எமனுக்கும் மனசு கல்லாச்சு
பாவி உசுரு ஊசலாச்சு
பாவி உசுரு பிரியுமுன்ன
பாலுத்த வருவானோ?

சுடுகாட்டில் சுடுமுன்ன
சொந்தந்தான் கூடுமோ?
தாலாட்டி வளர்த்த புள்ள
கொல்லி போட வருவானா?
உயிர் கொடுக்க இடுப்பு வலி பொருத்தவளை
இடுகாட்டில் தவிக்க விடுவானோ?
ஆருயிரா வளர்த்தாலும்
அனாதையாக மடிவாளோ?
வெட்டியான் தீ வைக்க
வெத்து பினமாவாளோ?

- **நிலா**